తెలివైన విద్యార్థి

పాత రోజుల్లో, వారణాసి భారతదేశంలోని ఉత్తమ అభ్యాస కేంద్రాలలో ఒకటి. ప్రపంచంలోని వివిధ ప్రాంతాల నుండి చాలా విద్యార్థులు ఇక్కడికి వచ్చేవారు.

ధర్మానంద అనే ఉపాధ్యాయునికి ఒక కుమార్తె ఉంది. ఆమె పేరు సద్గుణవతి. ఆమె పేరు వలె, ఆమె అందమైనది మాత్రమే కాదు, చాలా ప్రతిభావంతురాలు మరియు సద్గుణవంతురాలు కూడా. ధర్మానందుడు ఆమెకు తగిన భర్త కోసం వెతుకుతున్నాడు.

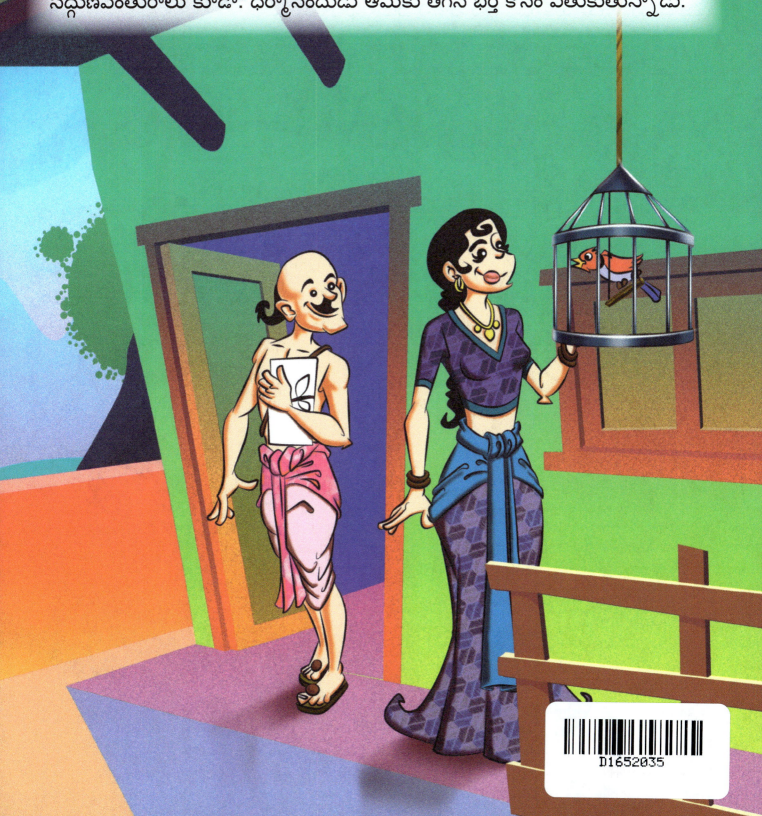

అతను తన విద్యార్థులలో తెలివైన విద్యార్థిని తన అల్లుడిగా ఇష్టపడతాడు. తన విద్యార్థుల తెలివితేటలను అంచనా వేయడానికి, ఒకరోజు, అతను వారిని అడిగాడు, "ప్రియమైన విద్యార్థులారా, నా కుమార్తె వివాహానికి నేను ప్రత్యేక దుస్తులు మరియు ఆభరణాలను కలిగి ఉండాలనుకుంటున్నాను. వాటిని పొందడానికి నాకు తగినంత వనరులు లేవు. మీరు నా కోసం ఈ పని చేయగలరా?"

అయితే, "మీలో ఎవరైన దొంగిలించి వీటిని తీసుకువస్తే, మీరు దొంగిలించడం ఎవరూ చూడకుండా చూసుకోండి" అని వారిని హెచ్చరించాడు.

విద్యార్థులు తమ టీచర్ మాటలను చాలా శ్రద్ధగా విన్నారు. మరుసటి రోజు ఒక్కొక్కరు రహస్యంగా వస్తువులను తీసుకువచ్చి వారి గురువుకు అప్పగించారు. కానీ అతని శిష్యులలో ఒకరైన గుణశీల ఎలాంటి వస్తువును తీసుకురాలేదు.

అందుకు గురువు "గుణశీలా, నువ్వు ఎందుకు ఏమీ తీసుకురాలేదు?" అని అడిగాడు.

" నేను తెచ్చి ఉండేవాడిని. కానీ మనం దొంగిలించడం ఎవరూ. చూడకూడదని మీరు చెప్పారు. అది కుదరదు. ఎవరో ఖచ్చితంగా గమనించి ఉండకపోవచ్చు కానీ నేను చేసేది నేను చూసేవాడిని. నా మనస్సాక్షి నన్ను ఏదైనా వస్తువు దొంగిలించడానికి అనుమతించలేదు." అని గుణశీల బదులిచ్చారు.

గురువుగారు నవ్వి, "బాగా చేసావు! గుణశీలా. నిజానికి, నేను నీలాంటి విద్యార్థి కోసం వెతుకుతున్నాను; నువ్వు నిజంగా తెలివైనవాడివి." వారి సంభాషణ వింటున్న మిగతా విద్యార్థులందరూ ఆశ్చర్యపోయారు. ఉపాధ్యాయుడు వారితో, "మీలో ఎవరి నుండి నాకు ఏమీ అవసరం లేదు. అత్యంత తెలివైన విద్యార్థిని కనుగొనడానికి నేను ఒక ఉపాయం ఆడాను" అని వెల్లడించారు..

"మంచి పని కోసం దొంగతనం చేయడం కూడా తప్పు అని మీరందరూ అర్థం చేసుకోవాలి."

దొంగిలించబడిన వస్తువులన్నింటినీ వాటి యజమానులకు తిరిగి ఇవ్వాలని ధర్మానంద తన విద్యార్థులను ఆదేశించాడు. మరియు సద్గుణవతి తెలివైన గుణశీలను సంతోషంగా వివాహం చేసుకున్నారు.

నీతి : నీ మనస్సాక్షికి విరుద్ధంగా ఏదీ చేయకూడదు.

పుకారు యొక్క శక్తి

ఒకానొక సమయంలో, ఒక కుందేలు అడవిలో కొబ్బరిచెట్టు క్రింద విశ్రాంతి తీసుకుంటుంది. అకస్మాత్తుగా చప్పుడు వినిపించింది. ఈ వింత శబ్దం విని కుందేలు భయపడి, విశ్వంలో ఉన్నదంతా అంతం కాబోతుందని, తాను కూడా చనిపోతానని భావించింది.

మరుక్షణం దూకేసి వేగంగా పరిగెత్తుకుంటూ, "భూమి బద్దలవుతోంది! భూమి విరిగిపోతుంది!" "ఎందుకు పరిగెడుతున్నావు?" దారిలో తనను దారిలో కలిసిన కుందేలు అడిగింది. "నువ్వు పరిగెత్తడం మంచిది; భూమి విరిగిపోతుంది! అంతా నాశనం అవుతుంది!" అని అరిచింది కుందేలు.

ఇది విన్న రెండు కుందేలు మొదటిదానికంటే వేగంగా పరిగెత్తాయి. "భూమి విరిగిపోతుంది! భూమి విరిగిపోతుంది!" అని అరుస్తూనే ఉన్నాయి. కొద్ది సేపటికే వందలాది కుందేళ్లు భయంతో అక్కడికి పరుగులు తీశాయి.. కుందేలు అరుపులు మరియు పరిగెత్తడం విన్న అడవిలోని ఇతర జీవులు కూడా భయాందోళనకు గురయ్యాయి. 'భూమి బద్దలవుతోంది' అనే వార్త అడవి మంటలా నోటి నుండి నోటికి వ్యాపించింది. అడవి మొత్తం కదులుతోంది. అడవి-సరీసృపాలు, కీటకాలు, పక్షులు మరియు జంతువులలోని అన్ని జీవులు తమ ఇళ్ల నుండి పారిపోయాయి మరియు వాటి భయంకరమైన కేకలు గాలిని నింపాయి.

విశ్రాంతి తీసుకుంటున్న అడవి రాజు, సింహం, జంతువుల అరుపులు విని, అతను తన గుహలో నుండి బయటకు వచ్చి భయంతో జంతువులు అక్కడ మరియు ఇక్కడ పరిగెడుతున్నట్లు చూశాడు. "ఏం జరిగింది? మీరంతా ఎందుకు పరిగెడుతున్నారు?" అని అడిగాడు.

పక్కనే ఉన్న బండరాయిపై దిగుతున్న చిలుక, "ప్రభూ! భూమి విరిగిపోతుంది. దయచేసి పరుగెత్తండి" అని చెప్పింది. "ఇదంతా నీకు ఎవరు చెప్పారు?" అని అరిచింది సింహం. "నేను కోతుల నుండి విన్నాను," అని చిలుక అరిచింది.

కోతులు, పులుల నుంచి విన్నామని, పులులు, ఏనుగుల నుంచి విన్నామని, చివరకు ఆ వార్తను మొదట ఇచ్చింది కుందేలు అని గుర్తించారు.

సింహం కుందేలును అడిగింది, "నువ్వు చిన్న ప్రాణివి, భూమి విరిగిపోతుందని ఎలా భావించావు"? "అయ్యా, నా చెవులకే పెద్ద పేలుడు వినిపించింది" అని చెప్పి కుందేలు భయంతో వణికిపోయింది.

సింహాన్ని విచారణకు ఆదేశించారు. అతను విశ్రాంతి తీసుకుంటున్న కొబ్బరి చెట్టు దగ్గరకు కుందేలు అతన్ని తీసుకెళ్లింది. సింహం దూరంగా నేలపై పడి ఉన్న రెండు కొబ్బరికాయలను చూసింది. పక్కనే ఉన్న బండరాయిపై కొబ్బరికాయలు పడిపోవడంతో పెద్దగా పేలుడు శబ్దం వచ్చిందని, దీంతో చిన్నపాటి కొండచరియలు విరిగిపడిందని అతనికి వెంటనే అర్థమైంది.

సింహం అన్ని జంతువులకు హామీ ఇచ్చింది మరియు "మీ ఇళ్లకు తిరిగి వెళ్లి ప్రశాంతంగా జీవించండి. భూమి ఖచ్చితంగా సురక్షితంగా ఉంది" అని చెప్పింది. చిన్న కుందేలు రాజుకు మరియు అన్ని ఇతర జంతువులకు క్షమాపణ చెప్పింది.

నీతి : ఇతరులు చెప్పింది గుడ్డిగా అనుసరించవద్దు.

గేదె మరియు కోతి

ఒకప్పుడు ఒక అడవిలో ఒక గేదె నివసించేది. ఆమె దయగలది మరియు ఎవరినీ ఇబ్బంది పెట్టలేదు. సమీపంలో, ఒక చెట్టు మీద, ఒక చెడ్డ కోతి నివసించేది. నిద్రపోతున్న గేదెను చూసినప్పుడల్లా చెట్టు మీద నుంచి ఆమె వీపు మీదుగా దూకేవాడు. కొన్ని సార్లు, అతను గేదె తోకను పట్టుకుని గాలిలో ఊపుతూ ఉండేవాడు. అది గేదెకు బాధ కలిగించినప్పటికీ, ఆమె మౌనంగా ఉండి, కోతి యొక్క అసభ్య ప్రవర్తనను క్షమించింది.

యక్షుడు, కోతి యొక్క క్రూరమైన ప్రవర్తనను చెట్టు యొక్క ఆత్మ సహించలేకపోయింది. ఒకరోజు అతను గేదెను "కోతి చేసిన అల్లరికి ఎందుకు శిక్షించకూడదు? నువ్వు చాలా పెద్దదానివి మరియు బలవంతుడివి. అతనికి గుణపాఠం చెప్పగలవు" అని అడిగాడు. గేదె, "ఓ దివ్యాత్మా! నేను ఎవరికీ కలిగించడం ఇష్టం లేదు. అతని అకృత్యాలకు దేవుడు అతనిని శిక్షిస్తాడు". అని బదులిచ్చింది.

ఒకరోజు గేదె దూరంగా ఉన్నప్పుడు, కోతి నివసించే అదే చెట్టు కింద ఒక అడవి దున్న వచ్చి నిలబడింది. చెడ్డ కోతికి అది అడవి దున్న అని తెలియదు. ఎప్పటిలాగే పెద్ద చప్పుడుతో గేదె వీపుపై ఉన్న చెట్టుపై నుండి దూకాడు.

అడవి గేదె భయంతో కోపంతో విరుచుకుపడింది. ఆమె కోతిపై దాడి చేసి తన పొడవాటి కోణాల కొమ్ములతో చంపేసింది. చెడ్డ కోతి. క్రూరమైన మార్గంలో అతని ముగింపును కలుసుకుంది.

నీతి : ఇతరులకు ప్రేమ, గౌరవం మరియు ఆనందాన్ని ఇవ్వండి. మీరు అదే విధంగా తిరిగి పొందుతారు.

ఎలుకలు మరియు నక్క

ఒకప్పుడు ఒక నక్క ఒక అడవిలో నివసించేది, దురదృష్టవశాత్తు. చాలా అశాంతి చెందాడు మరియు ఆహారం కోసం వెతుకుతూ. అక్కడ మరియు ఇక్కడ తిరిగాడు. కానీ అతనికి తినడానికి ఏమీ దొరకలేదు. చివరికి, అతను అలసిపోయి, నిరాశతో, అతను ఒక చెట్టు కింద కూర్చున్నాడు.. అప్పుడే, పెద్ద సంఖ్యలో ఎలుకలు వాటి రంధ్రానికి సమీపంలో వరుసగా ఆడుకుంటూ నడుస్తూ ఉండడం చూశాడు. వారి రాజు వారిని నడిపిస్తున్నాడు.. వారిద్దరినీ చూసిన నక్క ఆనందంతో ఎగిరి గంతేసింది. "ఇప్పుడు నేను తృప్తిగా తినగలను. చాలా రోజులు నాకు ఆహారం అందిస్తారు" అనుకున్నాడు..'

నక్కు చాలా తెలివైనది. అతను ఎలుకలపై దాడి చేయడానికి ప్రయత్నిస్తే, అతను ఒకే ఒక ఎలుకను పట్టుకోగలడు, ఇతరులు భయంతో పారిపోతారు, అందుకని ఒక ప్లాన్ వేశాడు.. మరుసటి రోజు, ఉదయం, నక్క దాని రంధ్రం వెలుపల, దాని ఒంటి కాలు మీద నిలబడింది. సూర్యునికి అభిముఖంగా, అతను తీవ్ర తపస్సులో ఉన్నట్లుగా పోజులివ్వడం ప్రారంభించాడు. వెంటనే, ఎలుకలు వాటి రంధ్రం నుండి బయటకు వచ్చాయి. ఒంటికాలి మీద నిలబడి ఉన్న సక్కను చూశారు. ఎలుకట నాయకుడు, "మిస్టర్ జాకాల్, ఎందుకు మీరు ఒంటి కాలు మీద నిలబడి ఉన్నారు?" నక్క శాంతంగా బదులిచ్చింది. "నేను ఐహిక సుఖాలన్నింటినీ. విడిచిపెట్టి, ఒంటికాలిపై నిలబడి తపస్సు చేయడానికి ప్రయత్నిస్తున్నాను."

మళ్లీ ఎలుకల రాజు "ఎందుకు నోరు విప్పావు?" ప్రియమైన ఎలుక, నేను గాలిని పీల్చడం ద్వారా ద్వారా మాత్రమే బతుకుతాను. నేను వేరే ఏమీ తినను." అన్ని ఎలుకలు చాలా ఆకట్టుకున్నాయి. ఆయన వంటి పవిత్రుడిని ఆరాధించడం ద్వారా వారు తమ పాపాలను కూడా పోగొట్టుకుంటారని. "వారు భావించారు.

మరుసటి రోజు ఉదయం, సక్కు మళ్లీ తన ఒంటికాలిపై సూర్యునికి ఎదురుగా నిలబడింది. ఎలుకలు, ఎప్పటిలాగే, వాటి రంధ్రం నుండి బయటకు వచ్చాయి. వారు ముందుకు సాగి నక్క పాదాలను ఒక్కొక్కరుగా తాకారు. చివరి ఎలుక అతని పాదాలను తాకడానికి ముందుకు వంగినప్పుడు, నకు త్వరగా ఎలుకను పట్టుకుని, దానిని కిందకి లాగింది. ఇతర ఎలుకలకు దాని గురించి తెలియదు. ఇది కొన్ని రోజులు కొనసాగింది మరియు నక్క ఎక్కువ ఇబ్బంది. లేకుండా తన ఆహారాన్ని పొందడం చాలా సంతోషంగా ఉంది.

అయితే ఆ నక్క ఏమీ తినకుండా రోజురోజుకు లావుగా మారడం గమనించిన ఎలుకల రాజు ఆశ్చర్యపోయాడు. వారి సంఖ్య కూడా క్రమంగా తగ్గుముఖం పట్టడం గమనించాడు. అందుకే సభ్యుల సమావేశానికి పిలుపునిచ్చారు. ఎలుకల రాజు తన భయాన్ని వెల్లడిస్తూ, "ఈ నక్క ఖచ్చితంగా మోసగాడు అని నేను అనుకుంటున్నాను. గాలి పీల్చడం ద్వారా ఎవరూ ఇలా బతకలేరు మరియు లావుగా మారలేరు. చెడ్డ సక్క నుండి మనల్ని మనం రక్షించుకోవడానికి ఏదైనా చేయాలి." మరుసటి రోజు ఉదయం నుండి ఎలుకలు నక్క పాదాలను తాకాలని సమావేశంలో నిర్ణయించారు, కానీ చివరికి ఎలుకల రాజు వెళ్ళాలి. మరియు ఎలుకలన్నీ చెట్టు వెనుక దాక్కుని నక్కను చూడాలి.

మరుసటి రోజు ఉదయం, ఎప్పటిలాగే, నక్క రంధ్రం వెలుపల తన ఒంటి కాలు మీద నిలబడింది. పథకం ప్రకారం, ఎలుకలు తమ రాజును అనుసరించి నృత్యం చేశాయి. వారు నక్క పాదాలను తాకి చెట్టు వెనుక దాక్కున్నారు. రాజు మాత్రమే మిగిలాడు.

అతను నక్క పాదాలను తాకడానికి ముందుకు సాగినప్పుడు, నక్క ఎలుకను పట్టుకోవడానికి క్రిందికి వంగింది. ఈసారి రాజు అప్రమత్తమయ్యాడు. అతను త్వరగా దూకి నక్క మెడలో కూర్చున్నాడు. అతను తన పదునైన పళ్లతో అతనిని గట్టిగా కొరికాడు. తెలియక పట్టుకున్న నక్క నొప్పితో కేకలు వేసింది. వెంటనే చెట్టు వెనుక దాక్కొని ఉన్నదంతా గమనిస్తున్న ఇతర ఎలుకలు నక్కపై అన్ని వైపుల నుండి దాడి చేశాయి.

తీవ్రంగా గాయపడిన నక్క కదలలేక నేలపై పడింది. అప్పుడే, ఆకలితో ఉన్న తోడేలు తన ఎరను వెతుకుతూ అక్కడికి వచ్చింది. నక్కను చూసి చంపి తిన్నాడు. ఎలుకలన్నీ వాటి రంధ్రాల్లోకి త్వరగా పరిగెత్తాయి మరియు వారి రాజు తెలివికి కృతజ్ఞతలు తెలిపాయి. నక్క తన చెడ్డ పనికి శిక్ష అనుభవించింది.

నీతి: ఒకరి దుష్కార్యాలకు శిక్ష అనుభవిస్తారు.

ఉదారమైన ఏనుగు

ఒకప్పుడు ఈశ్వరచంద్ అనే వ్యక్తి ఉండేవాడు. ఒకరోజు, వారణాసి మార్కెట్లో తిరుగుతున్నప్పుడు, అతనికి ఏనుగు దంతాలతో చేసిన కొన్ని అందమైన వస్తువులు కనిపించాయి. అతను వాటిని కొనాలనుకున్నాడు, కానీ అవి చాలా ఖరీదైనవి. అకస్మాత్తుగా, అతనికి తన స్నేహితుడు, అడవిలో నివసించిన ఏనుగు గుర్తుకు వచ్చింది. అతను గతంలో అతనికి చాలా సహాయం చేసాడు. ఏనుగు దంతాలు దొరికితే దానిని చాలా ఎక్కువ ధరకు అమ్మి త్వరలోనే ధనవంతుడు అవుతాడని అనుకున్నారు.

దాంతో అతను అడవికి పరుగెత్తాడు. చాలా రోజుల తర్వాత అతన్ని చూసిన ఏనుగు చాలా సంతోషించింది. అతను ఆ వ్యక్తిని అడిగాడు. "మిత్రమా, ఎందుకు, మీరు చాలా విచారంగా ఉన్నారు?

చెప్పు, ఏమిటి విషయం?" ఈశ్వరచంద్ బదులిచ్చాడు, "నేను మీకు ఎలా చెప్పాలి? నేను చాలా బాధపడ్డాను ఎందుకంటే నేను చాలా అప్పుల్లో ఉన్నాను. నేను ఒక వ్యాపారి నుండి కొంత డబ్బు తీసుకున్నాను. ఇప్పుడు అతను వెంటనే డబ్బు తిరిగి చెల్లించాలని కోరుతున్నారు. "నాకు ఏమి చేయాలో తెలియడం లేదు?"

ఏనుగు "ఈ విషయంలో నేను మీకు ఎలా సహాయం చేయగలను?" "చూడండి, మీ దంతాలు చాలా ఖరీదైనవి, మీరు ఈ దంతాలలో కొంత భాగాన్ని నాకు ఇస్తే, నేను వాటిని అమ్మి, అప్పు తీర్చడానికి తగినంత డబ్బు సంపాదించగలను" అని ఆ వ్యక్తి సమాధానం చెప్పాడు. “ఇదంతా ఉందా?” మరియు ఏనుగు తన దంతాలను అతనికి ఇచ్చింది. ఒక్కక్షణం కూడా ఎదురుచూడకుండా ఈశ్వరచంద్ రెండు దంతాలనూ సగానికి నరికేశాడు. అతను తన స్నేహితుడి దయకు ధన్యవాదాలు తెలిపి ఇంటికి తిరిగి వెళ్లాడు.

మరుసటి రోజు, అతను మార్కెట్కు వెళ్లి, చాలా ఎక్కువ ధరకు దంతాలను విక్రయించాడు. డబ్బుతో, అతను తనకు మరియు తన కుటుంబానికి అందమైన బట్టలు, గృహోపకరణాలు మరియు స్వీట్లను కొనుగోలు చేశాడు. ఇప్పటికీ అతనికి చాలా డబ్బు మిగిలింది. అతను చాలా సోమరితనం మరియు మద్యం మరియు జూదం కోసం డబ్బును వృధా చేయడం ప్రారంభించాడు. వెంటనే, అతనికి డబ్బు లేకుండా పోయింది మరియు అతని కుటుంబం ఆకలితో అలమటించడం ప్రారంభించింది.

మళ్లీ తన ఏనుగు స్నేహితుడి దగ్గరకు వెళ్లాడు. ఏనుగు అతనిని కలుసుకున్నందుకు సంతోషించింది. అతను అతనిని తన వెనక కూర్చోమని అడిగాడు మరియు అడవి చుట్టూ రైడ్ కోసం అతన్ని తీసుకెళ్లాడు. దారిలో ఏనుగు తన స్నేహితుడు విచారంగా చూడటం గమనించింది. అతను అతనిని అడిగాడు, "ప్రియ మిత్రమా, ఏమిటి విషయం? మీరు చాలా విచారంగా ఉన్నారు."

ఈశ్వరచంద్ బదులిస్తూ, "డబ్బులు మిగలడం లేదు, నా కుటుంబం ఆకలితో చనిపోతుంది. ఏనుగు తన కుటుంబం యొక్క దయనీయ స్థితి గురించి తెలుసుకుని చాలా బాధపడి, "అంత కంగారు పడకు. నేను నీకు ఎలా సహాయం చేయగలను చెప్పు?" అని ఆ వ్యక్తి సమాధానం చెప్పాడు, "మీరు నాకు మీ మిగిలిన దంతాలు ఇస్తే నేను చాలా కృతజ్ఞుడను."

"దంతాలు! మీకు మరియు మీ కుటుంబానికి సహాయం చేయడానికి నేను నా శరీరాన్నంతటినీ అందించడానికి సిద్ధంగా ఉన్నాను." అంటూ ఏనుగు ఈశ్వరచంద్ ముందు వంగి నమస్కరించింది. అతను త్వరగా మిగిలిన దంతాలను కత్తిరించి ఒక గుడ్డలో కట్టాడు. అతను తన స్నేహితుడికి వీడ్కోలు పలికి, హడావిడిగా ఇంటికి తిరిగి వచ్చాడు.

అకస్మాత్తుగా భూమిలో పెద్ద పగుళ్లు ఏర్పడి మంటలు రావడం ప్రారంభించాయి. ఈశ్వరచంద్ మంటల్లో చిక్కుకున్నాడు. అతను తప్పించుకోవడానికి చాలా కష్టపడ్డాడు, కానీ వెంటనే అతను బూడిదగా మారిపోయాడు. తన స్నేహితుడిని మోసం చేసినందుకు శిక్ష అనుభవించాడు.

నీతి : మీ స్నేహితులను ఎప్పుడూ మోసం చేయకండి, వారి సహాయం మరియు దయ కోసం ఎల్లప్పుడూ వారికి కృతజ్ఞతతో ఉండండి.

నమ్మకమైన కమాండర్

ఒక దట్టమైన అడవిలో, ఒక పెద్ద చెట్టుపై, కాకుల రాజు తన భార్యతో నివసించాడు. వారిద్దరూ ఒకరినొకరు చాలా ప్రేమించుకున్నారు. ఒకరోజు ఇద్దరూ. కలిసి బయటకు వెళ్లి వారణాసి రాజు రాజభవనం మీదుగా ఎగురుతూ ఉన్నారు. వారణాసి రాజు కోసం టేబుల్పై ఉంచిన విలాసవంతమైన ఆహారం క్రింద సా రాజు, అతను తన భార్యను క్రిందికి చూడమని అడిగాడు. రాజుకి వడ్డించిన రకరకాల ఆహారాన్ని చూసి రాణికి నోరు ఊరింది. ఆమె ఆశ్చర్యంగా, "ఎంత రుచికరమైన ఆహారం! నేను కోరుకున్నాను, మనం దాని కాటు కూడా పొందగలము!"

వారు తమ గూడుకు నిరాశతో తిరిగి వచ్చారు. కాకి రాజు తన సేనాధిపతిని పిలిచి వారణాసి రాజుకు రుచికరమైన ఆహారాన్ని వడ్డించాలనే తన రాణి కోరిక గురించి చెప్పాడు. రాజు మాటలు విన్న సేనాపతి "అయ్యా, చింతించకండి. రాణికి కావాల్సిన భోజనం నేను తెస్తాను" అన్నాడు.

కాకుల కమాండర్ తన ఎనిమిది మంది సైనికులతో రాజభవనానికి వెళ్లాడు. వంటగది ఉన్న ప్యాలెస్ కు చేరుకున్న తర్వాత వారు మొదటి విషయం గమనించారు. అక్కడి నుంచి రాజుకు ఆహారం తీసుకెళ్లారు. కమాండర్ తన సైనికులను వంటగది కిటికీ మీద కూర్చోమని ఆదేశించాడు. వారు కూర్చున్నప్పుడు, అతను తన తదుపరి కార్యాచరణను వెల్లడించాడు. అతను చెప్పాడు, "పంటకుడు ఒక ట్రేలో రాజుకి ఆహారాన్ని తీసుకువెళుతున్నప్పుడు, అతని చేతిలో నుండి ప్లేట్ పడిపోయేలా నేను ఒక ట్రిక్ ప్లే చేస్తాను, వెంటనే, మీలో నలుగురు మీ ముక్కులను బియ్యం-బిర్యానీతో మరియు మిగిలిన నలుగురితో నింపండి. మీరు చేపల కూరతో. ఆపై మీరు త్వరగా తిరిగి రాణి వద్దకు వెళ్లాలి. "సైనికులందరికీ ఈ పథకం నచ్చి, వంటవాడు వంట గది నుండి ఆహారం ట్రేతో బయటకు వస్తాడని ఆత్రంగా ఎదురుచూడటం మొదలుపెట్టారు.

కొద్దిసేపటి తర్వాత వంటవాడు రుచికరమైన ఆహారపదార్థాల పెద్ద ట్రేని పట్టుకుని వంటగది నుండి బయటకు రాగానే, కమాండర్ తన చేతుల నుండి ట్రే పడిపోయి, ఆహారమంతా చిందిన విధంగా వేగంగా గిన్నెల పైకి ఎగిరిపోయాడు. మైదానంలో ఎనిమిది మంది సైనికులు వేగంగా ఎగిరిపోయి, అన్నం - బిర్యానీ మరియు చేపల కూరలతో తమ ముక్కులను నింపి, రాణి వద్దకు తిరిగి వెళ్లారు. వంట మనిషి వెంటనే స్పందించలేక చాలా అయోమయంలో పడ్డాడు.

ఒక నిమిషం తర్వాత, అసలేం జరిగిందో తెలుసుకుని, "ఈ చెడ్డ కాకిని పట్టుకో! ఎగరనివ్వకు!" డ్యూటీలో ఉన్న రాజు సైనికులు పరుగున వచ్చి కాకుల కమాండర్ని పట్టుకోవడానికి మరియు పట్టుకోవడానికి ఉచ్చు వేశారు. కమాండర్ రాజు వద్దకు తీసుకెళ్లారు. వంట మనిషి కథంతా రాజుకు వివరించాడు. రాజు కూడా కోపోద్రిక్తుడై కాకిని ఇలా అడిగాడు, "నీకు ఈ పని చేయడానికి ఎంత ధైర్యం? నీ ప్రాణాన్ని ప్రమాదంలో పడేశావు." "మహానుభావుడా! నేను నా రాజు ఆజ్ఞను పాటించాను" అని కాకి ప్రాధేయపడింది. "నేను కాకి - రాజుకు సేనాధిపతిని. మా రాణి మీ రుచికరమైన భోజనం వడ్డించాలని కోరుకుంది. కాబట్టి నేను ఆమె కోరికను ఎలాగైనా తీరుస్తానని వాగ్దానం చేసాను సార్, మీరు నాకు ఎలాంటి శిక్ష అయిన వేయగలరు."

కమాండర్ యొక్క విధేయతకు రాజు చాలా ముగ్గుడయ్యాడు. అతను తన సైనికులను "ఈ కాకిని విడిపించండి. అతను తన రాజు కోసం తన ప్రాణాలను ప్రమాదంలో పెట్టాడు. అతనికి బహుమతి ఇవ్వాలి" అని ఆదేశించాడు. అతను తన వంటమనిషిని కూడా ఆదేశించాడు, “ఈరోజు నుండి, మీరు నా ఆహారంలో కొంత భాగాన్ని కాకి రాజు మరియు అతని రాణి కోసం క్రమం తప్పకుండా ఉంచాలి.? కమాండర్ కాకి తన రాజు వద్దకు తిరిగి వెళ్లింది. అతని కథ విన్న తరువాత, కాకి రాజు అతని ధైర్యం మరియు విధేయతకు మెచ్చుకున్నాడు.

నీతి: యజమానికి విధేయుడిగా ఉండాలి.

ది మంకీ బ్రదర్స్

చాలా కాలం క్రితం, హిమాలయాల అడవులలో నందక అనే కోతి, తన తమ్ముడు చుల్లంద మరియు వారి ముసలి గుడ్డి తల్లితో కలిసి నివసించేవారు. అన్నదమ్ములిద్దరూ అమ్మను ఎంతో ప్రేమగా చూసుకునేవారు. వారు తమ స్నేహితుల పట్ల చాలా దయగా ఉంటారు మరియు ఇతర కోతులతో శాంతి మరియు సామరస్యంతో జీవించారు.

ఒకరోజు అన్నదమ్ములిద్దరూ ఆహారం కోసం చాలా దూరం ప్రయాణించారు. ఇతర కోతుల ద్వారా నిత్యం తమ తల్లికి ఆహారం పంపేవారు. అయితే, ఆ కోతులు పెద్దగా పట్టించుకోలేదు మరియు తమ ముసలి తల్లికి సరిగ్గా ఆహారం ఇవ్వలేదు. వెంటనే ఆమె చాలా బలహీనంగా మరియు అనారోగ్యంగా మారింది.

కొద్దిరోజుల తర్వాత ఇంటికి తిరిగి వచ్చిన అన్నదమ్ములిద్దరూ తమ తల్లి ఆరోగ్యం బాగోలేదని చూసి చలించిపోయారు. వారు చాలా కలత చెందారు. వారు తమ ఇంటిని మార్చాలని నిర్ణయించుకున్నారు. వారు ఆ స్థలాన్ని విడిచిపెట్టి, ఒక అడవిలో లోతైన మర్రి చెట్టు కింద నివసించడం ప్రారంభించారు.

ఒకరోజు ధర్మమార్గాన్ని విడిచిపెట్టిన బ్రాహ్మణుడు వేటకోసం అడవిలోకి వచ్చాడు. అతను తల్లి కోతిపై బాణం వేయబోతున్నాడు, నందక బ్రాహ్మణుడి ముందు కనిపించి, "దయచేసి నా తల్లిని వదిలివేయండి. ఆమె బదులుగా, మీరు నన్ను చంపవచ్చు" అని అభ్యర్థించాడు. బ్రాహ్మణుడు అతనిని చంపాడు, కానీ అతను మళ్లీ తల్లి కోతిపై తదుపరి బాణాన్ని ప్రయోగించారు. ఇప్పుడు ఈసారి తమ్ముడు చుల్లంద దూకి తనని తాను అర్పించుకున్నాడు. తన తల్లిని రక్షించమని బ్రాహ్మణుడిని కోరాడు. కానీ క్రూరమైన బ్రాహ్మణుడు తమ్ముడిని. మరియు అతని తల్లిని కూడా చంపాడు.

అతని తెలివి మరియు ధైర్యమైన పనికి తన భార్య మరియు పిల్లలు చాలా సంతోషిస్తారనే ఆలోచనతో బ్రాహ్మణుడు చాలా సంతోషించాడు. ఇంటికి చేరుకోగానే ఒకరోజు రాత్రి ఇంట్లో పెరుగుపడి భార్యాపిల్లలు అగ్నికి ఆహుతయ్యారని ఇరుగుపొరుగు వారికి సమాచారం అందించారు. బ్రాహ్మణుడు దుఃఖంతో పిచ్చివాడయ్యాడు. ఇప్పుడు ప్రియమైన వారిని కోల్పోయిన బాధను అతను గ్రహించాడు.

నీతి : మీరు ఇతరుల పట్ల క్రూరంగా ప్రవర్తించినప్పుడు, మీ దుష్కార్యాలకు మీరు శిక్షించబడతారు.

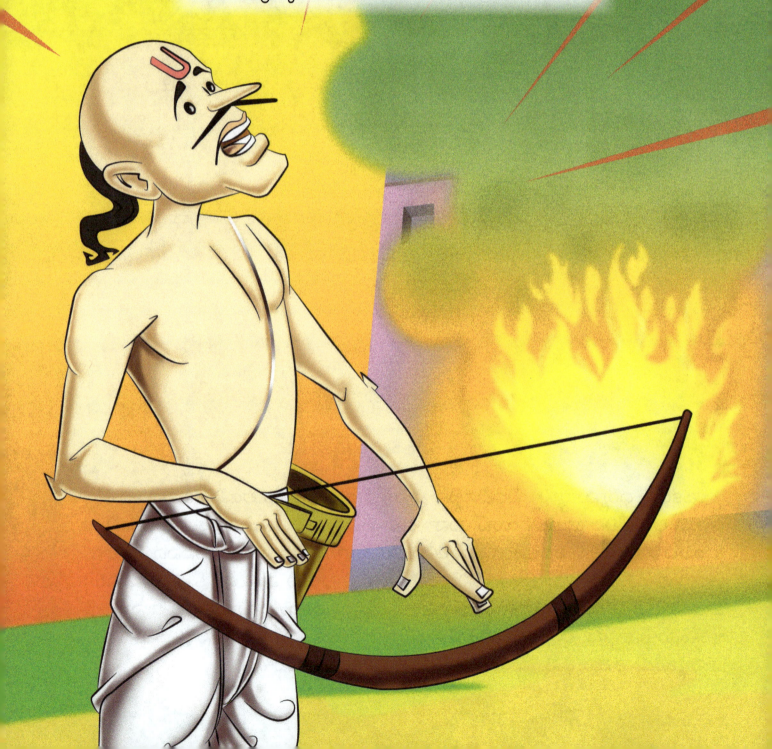

విషపూరిత పండ్లు

ఒక ఊరిలో ఒక పెద్ద చెట్టు ఉండేది. ఇది ఎల్లప్పుడూ తాజా మరియు జ పండ్లతో నిండి ఉంటుంది. ప్రజలు ఆ పండ్లను తినకుండా ఉండలేరు. కానీ అవి విషపూరితమైనవి. వాటిని తిన్న వారు స్పృహ కోల్పోయారు లేదా చనిపోయారు. ఈ విషయం గ్రామస్థులకు తెలిసి ఆ పండ్లను ముట్టుకోలేదు, కానీ గ్రామానికి ఏ కొత్త సందర్శకుడైనా తరచూ వాటి బాధితులయ్యారు. అదే ఊరిలో నలుగురు దొంగలు ఉండేవారు. వారు తరచుగా వారి వస్తువులను దోచుకునేవారు. విషపూరిత పండ్ల గురించి కూడా తెలుసుకున్నారు. వారిలో నాయకుడయిన ఒకడు ఇతరులకు సూచించాడు, "వినండి, ఈ పండ్లు మనకు గొప్పగా సహాయపడతాయని మేము ఎప్పుడూ అనుకోలేదు."

"ఎలా?" అని మరికొందరు తమ ముఖాల్లో జిజ్ఞాసతో అడిగారు. నాయకుడు బదులిచ్చాడు, "చూడండి, మేము ఎక్కువగా రాత్రిపూట దొంగతనాలు చేస్తాము మరియు రాత్రిపూట ప్రయాణించే ప్రయాణీకులను దోచుకుంటాము."

ఇందులో చాలా ప్రమాదం ఉంది. ఇప్పుడు, విషపూరితమైన పండ్లను తిని స్పృహ తప్పి పడిపోయిన లేదా చనిపోయే వ్యక్తులను మనం దోచుకోవచ్చు. అలాంటి వారిని పగటిపూట దోచుకోవడం వల్ల ఎలాంటి ప్రమాదం ఉండదు. మిగిలిన ముగ్గురు తమ నాయకుడి ఆలోచనను మెచ్చుకున్నారు మరియు ఈ ప్రణాళికను అనుసరించడానికి అంగీకరించారు. ఇప్పటి నుండి, వారు చెట్టు దగ్గర పొదల వెనుక దాక్కుంటారు.

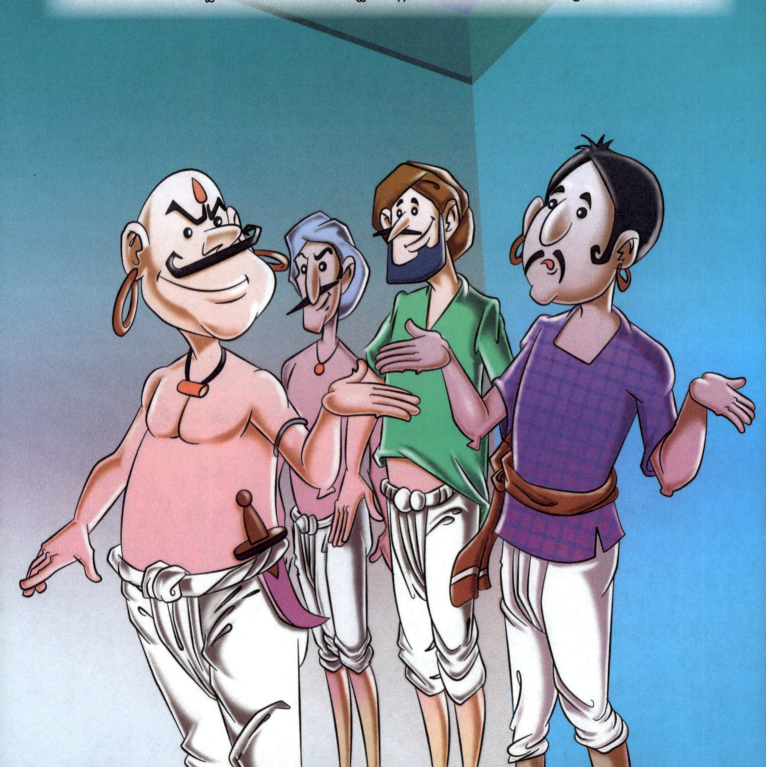

ఏదైనా కొత్త ప్రయాణీకుడు స్పృహ తప్పి పడిపోయినా లేదా విషపూరితమైన పండ్లు తిని మరణించినా, వారు వారి వస్తువులను దోచుకుని. పారిపోతారు.

ఒక రాత్రి కొంతమంది వ్యాపారవేత్తలు ఆ దారిలో వెళ్లారు. కాసేపు విశ్రాంతి తీసుకోవడానికి చెట్టుకింద కూర్చున్నారు. జ్యూస్ పండ్లను చూసినప్పుడు, వారు అడ్డుకోలేకపోయారు. వాళ్లలో ఒకడు చెట్టు ఎక్కి కొన్ని పండ్లు తీశాడు. అతను వాటిని కడిగి, తన స్నేహితులు నిద్ర నుండి లేచే వరకు వేచి ఉంచాడు. నలుగురు దొంగలు దీనిని చూస్తున్నారు మరియు త్వరలో ఈ వ్యాపారవేత్తలు అపస్మారక స్థితికి చేరుకుంటారని భావించారు. తర్వాత వాళ్ల డబ్బు తీసుకుని పారిపోయేవారు.

వ్యాపారవేత్తలు నిద్ర నుండి లేచి, సేదతీరారు మరియు పండ్లను అస్వాదించడానికి కలిసి కూర్చున్నారు. వారు ధనవంతమైన పండ్లను తిసబోతుండగా, ఒక గుర్రపు స్వారీ తన గుర్రంపై స్వారీ చేస్తూ అక్కడికి వచ్చాడు. వాటిని చూసి "ఈ పండ్లు తినకండి.. ఇవి విషపూరితమైనవి.. విసిరేయండి" అని అరిచాడు.

ఒక వ్యాపారవేత్త ఆశ్చర్యంగా అడిగాడు, "అదేనా? అయితే మీరు ఎలా చెప్పగలరు?"

గుర్రపు స్వారీ అన్నాడు, "మీలాంటి అనుభవజ్ఞులు ఇంత మూర్ఖంగా ప్రవర్తించడం నిజంగా వింతగా ఉంది!"

దీంతో వ్యాపారులంతా అయోమయంలో పడ్డారు. గుర్రపు స్వారీ వారితో ఇలా వివరించాడు. "ఈ చెట్టు ఎప్పుడూ పండ్లతో నిండి ఉంటుందని గ్రామంలోని ప్రతి ఒక్కరికీ తెలుసు."

అవి తింటూ ఉంటే చెట్టు మీద ఒక్క పండు కూడా మిగలదు. ఈ పండ్లను ఎవరూ ఎందుకు ముట్టుకోవడం లేదో మీరు ఎప్పుడైనా గమనించారా? "అవును! ఈ లైన్ గురించి మేము ఎప్పుడూ ఆలోచించలేదు" అన్నారు అందరూ.

"ఇది నిజంగా విచిత్రం. ఈ పండ్లు విషపూరితమైనవని మీరు తప్పక తెలుసుకోవాలి" అని గుర్రపు స్వారీ వ్యాపారవేత్తలను హెచ్చరించాడు. వ్యాపారవేత్తలు తమ తప్పును గ్రహించి, తమ ప్రాణాలను కాపాడినందుకు మరియు ఏదైనా చేసే ముందు ఆలోచించాల్సిన పాఠం నేర్పినందుకు గుర్రపు స్వారీకి కృతజ్ఞతలు తెలిపారు.

నీతి : మీరు చర్య తీసుకునే ముందు ఎల్లప్పుడూ ఆలోచించండి

www.ingramcontent.com/pod-product-compliance
Lightning Source LLC
LaVergne TN
LVHW080053220825
819277LV00039B/709